Kwa:

_____

Kutoka:

_____

Mungu Anakuangalia

Philip O. Akinyẹmi

Imetafsiriwa na Njuguna Kimuhu

MUNGU ANAKUANGALIA

Hakimiliki © 2023 na Philip O. Akinyẹmi

Nukuu ya maandiko iliyotuma katika kitabu hiki imetowewa kutoka kwa Bibilia toleo la King James.
Hakimili © 1982 na Thomas Nelson, Inc. kutumiwa kwa idhini; Bibila takatifu, Toleo jipya la maingiliano®. NIV®. Hakimiliki© 1973, 1978, 1984 na jamii ya Bibilia ya kimataifa. Kutumiwa kwa idhini ya nyumba ya kuchapisha ya Zondervan. Haki zote zimehifadhiwa.

Haki zote zimehifadhiwa. Hakuna sehemu ya kitabu hiki inayoweza kuzalishwa tena au kupelekwa kwa njia yyote, elektroniki au mitambo, pamoja na kunakili, kurekodi, au kwa mfumo wowote wa uhifadhi wa Habari, bila ruhusa ya maandishi kutoka kwa mwandishi

Barua pepe ya mwandishi:
feedmypeople365@gmail.com

ISBN:

Jadala laini: 978-1-7351099-4-7
Jadala gumu: 978-1-7351099-3-0

Tembelea tovuti ya waandishi kwa:

www.philipakinyemi.com/books

Imechapishwa katika majimbo ya umoja wa Amerika

Kwa wajukuu wangu na wototo wote duniani — kila mmoja wenu ni wa dhamana machoni mwa Mungu.

                                                Philip O. Akinyẹmi

YOSEFU KWENYE SHIMO —
Mwanzo 37

Yosefu, mwana wa Yakobo, alikua kijana mcha Mungu. Hangeungana na ndugu zake kwa kutenda wovu. Yosefu alizaliwa kwenye miaka za uzeeni ya Yakobo, na Yakobo alimpenda kushinda alivyo penda ndugu zake, kwa hilo akamshonea koti lililo rembeshwa sana. Yosefu pia alikua mwenye kuota ndoto. Alipata ndoto kwamba familia yake siku moja watamuinamia. Kwa hilo, ndugu zake walimchukia.

Siku moja, babake akamtuma akaangalie ndugu zake wakichunga makundi. Walipomuona wakapanga kumuua, lakini badala ya kumuua wakaamua kumtupa kwenye shimo, na baadaye wakamuuza. Mungu alimlinda kwenye shimo na mahali popote alipoenda. Baada ya muda Yosefu akawa gavana wa Misri, ambapo aliwanusuru watu wao kutokana na baa la njaa.

"Malaika wa Bwana hufanya kituo akiwazunguka wale wamchao, naye huwaokoa" (Zaburi 34:7).

MUSA — Kutoka 1-2

Wakati Musa alipozaliwa, Farao, mfalme wa Misri, alikua ametoa amri kuwaua watoto wote waliokua wakizaliwa vijana wa Israeli. Lakini mamake Musa, akamficha kwa miezi mitatu, na alipoona hawezi kumficha tena akamtengenezea kisafina cha mafunjo na akakipaka lami. Akakificha katikati ya matete kando ya ukingo wa mto. Dada yake Musa akasimama mbali ili kuona kitakacho mpata mtoto.

Mungu akamlinda huyo mtoto na akazuia chochote kibaya kimtendekee. Binti mflame akaja mtoni kuoga na hapo akampata mtoto. Mungu akapanga vizuri kwamba mama yake amlee kama mtoto wa binti mfalme. Mtoto alipokua, mama yake akamrudisha kwa binti mfalme akawa mtoto wake. Akamwita jina lake Musa akisema "Kwa sababu nilimtoa kwenye maji."

"Wana ni urithi utokao kwa Bwana" (Zaburi 127:3).

SAMWELI — 1 Samweli 1-2

Hana, mamaye Samweli alikua tasa kwa muda mrefu na aliomba kwamba kama Mungu angempa mtoto angemrudisha kwa huduma ya Mungu siku zote za Maisha yake. Mungu alijibu maombi yake, naye Hana akatimiza ahadi yake. Na wakati Samweli alipofika umri wa kula (akiwa bado mtoto mdogo), Hana akampeleka Shilo aishi na mtumishi wa Mungu Elikana, naye Samweli akabaki pale. Mungu akamlinda usiku na mchana kutokana na maovu. Akakua na kua nabii mkubwa wa Mungu na kiongozi Israeli.

"Kamwe sitakuacha, wala sitakupungukia" (Waebrania 13:5).

DAUDI — 1 Samweli 17

Daudi akiwa kijana alilinda kondoo wa baba yake. Simba alipokuja kumla kondoo, Daudi alipigana naye na kumuua. Wakati mwingine dubu akaja kama yule simba na Daudi akamuua pia. Mungu alimlinda kutokana na hawa wanyama hatari. Siku moja, Yese baba yake akamtuma awapelekee chakula ndugu zake waliokua wana jeshi na aangalie wanavyo endelea. Jeshi la Israeli lilikua linapigana na Jeshi la Wafilisti.

Daudi akaskia shujaa wa Jeshi la Wafilisti akilidharau Jeshi la Bwana, na akahuzunika kwamba mtu angesema maneno mabaya hivyo kuhusu wana wa Mungu. Daudi alimwamini Mungu aliye mpa ushindi juu simba na dubu kwamba angempa ushindi juu ya Goliathi ambaye alikua jitu la urefu wa 9'9". Daudi akamwambia mfalme Sauli kwamba angepigana naye Goliathi na amshinde. Akiwa na kombeo lake na jiwe, alimjia Goliathi na kumuua.

"Kwa maana kwa Mungu hakuna lisilowezekana" (Luka 1:37).

YOASHI — 2 Wafalme 11

Yoashi, aliyekua mtoto mchanga wa mfalme Ahazia alinusuriwa na Mungu kutoka kifo baba yake alipouawa. Athaliathi aliyekua mamaye mfalme aliamrisha kwamba jamaa yote ya mfalme iuawe, lakini Mungu akawa naye Yoashi na akamlinda kupitia kwa Yehosheba aliye mficha kwa muda wa miaka sita katika Hekalu la Bwana.

Katika mwaka was saba, Yoashi akatiliwa mafuta na kuvikwa taji la ufalme na Yehoyada nabii wa Mungu, kwa maana Mungu alimpa agano Daudi kwamba kutoka kwa uzao wake atapata mfalme.

"Hakuna hata mojawapo ya ahadi nzuri ya Bwana kwa nyumba ya Israeli ambayo haikutimia" (Yoshua 21:45).

VIJANA WAYAHUDI WATATU— Danieli 3

Mfalme wa Babeli Nebukadineza alitengeneza sanamu ya dhahabu na kuamuru kila mtu aiinamie na aiabudu. Yeyote aliyekataa angetupwa kwenye tanuru iwakayo moto. Shadraki, Meshaki, na Abednego wale vijana watatu wayahudi hawakuabudu sanamu. Walikua wayahudi walio funzwa kutoka utotoni kuto abudu sanamu ila Mungu peke. Mfalme alikasirika na hapo akaamuru watupwe kwenye tanuru iwakayo moto. Mungu alimtuma malaika wake awalinde kwenye moto ambao haukuwaweza kwa sababu walimwamini Mungu.

◇◇◇◇◇◇◇◇◇◇◇◇◇◇◇◇◇◇◇◇◇◇◇◇◇◇◇◇◇◇◇◇

"Usiwe na miungu mingine ila mimi." "usivisujudie wala kuviabudu" (Kutoka 20:3, 5).

"Unapopitia kwenye maji makuu, nitakuwa Pamoja nawe, unapopitia katika mito ya maji, hayatakugharikisha. Utakapopita katika moto, hutaungua, miali ya moto haitakuunguza" (Isaya 43:2).

◇◇◇◇◇◇◇◇◇◇◇◇◇◇◇◇◇◇◇◇◇◇◇◇◇◇◇◇◇◇◇◇

DANIELI — Danieli 6

Wakati wa utawala wa mfalme Dario, viongozi wa watu walipanga na kutoa amri ya kumkamata Danieli. Sheria lilisema kwamba yeyote atakayetoa dua kwa mungu au mwanadamu yeyote katika muda wa siku thelathini ispokua kwa mfalme Dario atupwe ndani ya tundu la simba. Danieli alimjua Mungu aishie na alimtumikia kwa moyo wake wote. Danieli alikataa kumwabudu binadamu, ila alimwabudu na kumuomba Mungu peke. Wakamtupa Danieli kwenye tundu la simba wakidhani kwamba simba watamla, lakini Mungu akamlinda, na simba hawakumdhulu.

Siku iliyofuata, mfalme akaja kwenye tundu na kumuita Danieli, naye akamjibu, "Mungu wangu aliwatuma malaika wake na wakaziba midomo ya simba, na hawajanijeruhi, kwa sababu amenipata bila kosa kwake na kwako mfalme, sijafanya kosa lolote" (Danieli 6:23). Mfalme akaridhika na akatoa amri kwamba Danieli atolewe kwenye tundu.

"Hata kama nikipitia katikati ya bonde la uvuli wa maiti, sitaogopa mabaya, kwa maana wewe upo Pamoja nami; fimbo yako na mkongojo wako vyanifariji" (Zaburi 23:4)

YONA

Yona alikua nabii wa Mungu. Bwana alimtuma kwenye mji mkuu wa Nineve akawakanye kutokana na dhambi zao. Lakini badala ya kwenda Nineve, Yona akamkimbia Bwana na kuelekea Tarshishi. Bwana akatuma upepo mkali baharini, na mabaharia wakaogopa kwamba wangeangamia. Walipojua kua Yona alikua sababisho la machafuko baharini wakamchukua na kumtupa baharini. Samaki mkubwa akaja na kummeza Yona, lakini akiwa ndani ya yule samaki akaomba. Mungu akamsamehe na kuamuru yule samaki amteme nchi kavu baada ya siku tatu. Baadaye akaelekea kuwahubiria wana Nineve na wakatubu dhambi. gente de Nínive, y se arrepintieron.

"Niende wapi nijiepushe na Roho yako? Niende wapi niukimbie uso wako? Kama nikienda juu mbinguni, wewe uko huko; nikifanya vilindi kuwa kitanda changu, wewe uko huko" (Zaburi 139:7-8).

PETRO — Mitume 12

Mfalme Herode alimfunga petro gerezani kwa sababu alihubiri injili. Kanisa la Bwana wakamuombea kwa roho yote. Usiku ule kabla siku ambayo Herode alikuwa amekusudia kumtoa na kumfanyia mashtaka, Petro alikuwa amelala kati ya askari wawili, akiwa amefungwa kwa minyororo miwili, lakini malaika wa Bwana akamwamsha na kumwambia amfuate. Wakatoka mle gerezani na walipofika kwenye lango la chuma linaloelekea mjini likawafungukia lenyewe.

Petro alidhani anaota. Baada ya kumfikisha mjini malaika akamwacha Petro. Naye petro alijua ya kwamba ni Mungu aliyemtuma yule malaika amsaidie. Mungu alilinda maisha ya Petro.

"Mwenye haki ana mateso mengi, lakini Bwana humwokoa nayo yote" (Zaburi 34:19).

MALAIKA WAO WAKO MBELE YA MUNGU - Mathayo Mtakatifu 18

Watoto waliletwa kwa Yesu ili awaekelee mikono na awabariki. Wanafunzi wake hawakudhani ana wakati wa watoto, lakini akawaambia wanafunzi wake wasizuie watoto kuja kwake.

"Yesu alipoona yaliyokuwa yakitukia, akachukizwa. Akawaambia wanafunzi wake, wacheni watoto wadogo waje kwangu, wala msiwazuie, kwa maana Ufalme wa Mungu ni wa wale walio kama hawa. "Akawachukua watoto mikononi mwake, akawakumbatia, akaweka mikono yake juu yao, akawabariki" (Marko 10:14, 16).

"Angalia ili usimdharau mmojawapo wa hawa wadogo, kwa maana nawaambia, malaika wao mbinguni daima wanauona uso wa Baba yangu aliye mbinguni" (Mathayo 18:10).

Zaburi 23

1 Mwenyezi-Mungu ni mchungaji wangu, sitapungukiwa na kitu.
2 Hunipumzisha kwenye malisho mabichi; huniongoza kando ya maji matulivu,
3 na kuirudishia nafsi yangu nguvu mpya. Huniongoza katika njia sawa kwa hisani yake.
4 Nijapopita katika bonde la giza kuu la kifo, sitaogopa hatari yoyote, maana wewe ee Mwenyezi-Mungu u pamoja nami; gongo lako na fimbo yako vyanilinda.
5 Umeniandalia karamu mbele ya maadui zangu; umenipaka mafuta kichwani mwangu; kikombe changu umekijaza mpaka kufurika.
6 Kweli wema wako na fadhili zako zitakuwa pamoja nami, siku zote za maisha yangu; nami nitakaa nyumbani mwa Mwenyezi-Mungu milele.

SOMA KILA SIKU NA UJIZOESHE KUISEME KWA SAUTI.

Zaburi 121

1 Natazama juu milimani; msaada wangu utatoka wapi?
2 Msaada wangu watoka kwa Mwenyezi-Mungu, aliyeumba mbingu na dunia.
3 Hatakuacha uanguke; mlinzi wako hasinzii.
4 Kweli mlinzi wa Israeli hasinzii wala halali.
5 Mwenyezi-Mungu ni mlinzi wako; yuko upande wako wa kulia kukukinga.
6 Mchana jua halitakuumiza, wala mwezi wakati wa usiku.
7 Mwenyezi-Mungu atakukinga na baya lolote; atayalinda salama maisha yako.
8 Mwenyezi-Mungu atakulinda katika shughuli zako zote Tangu sasa na hata milele.

SOMA KILA SIKU NA UJIZOESHE KUISEME KWA SAUTI.

Swahili	English	Swahili	English
Wazazi	Parents	Kuhani	Priest
Mungu	God	Kondoo	Sheep
Bwana	Lord	Simba	Lion
Jua	Sun	Mfalme	King
Mwezi	Moon	Sanamu	Idol
Mtoto	Child	Moto	Fire
Ndoto	Dream	Hukumu	Judgment
Shimo	Pit (Hole)	Samaki	Fish
Kombeo	Sling	Asubuhi	Morning
Mvulana	Boy	Jioni	Evening
Msichana	Girl	Upepo	Wind
Mwezi	Month	Gereza	Prison
Mama	Mother	HabariNjema	Good news
Baba	Father	Chuma	Iron
Ndogo	Small	Maombi	Prayer

SWAHILI ALPHABET

A a *Pronounce:*	B b	Ch ch	D d	E e
a	be	che	de	e
F f	G g	H h	I i	J j
ef	ge	he	i	je
K k	L l	M m	N n	O o
ka	le	em	en	o
P p	R r	S s	T t	U u
pe	re	se	te	u
V v	W w	Y y	Z z	
ve	we	ye	ze	

Other Books by Philip O. Akinyemi

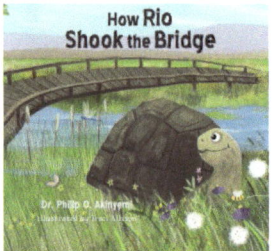

Rio the tortoise was not intimidated and didn't feel inferior keeping company with the elephant, and thereby achieved his desire to shake the bridge. Are you afraid of joining someone who is smarter or better than you? You can accomplish more if you team up with someone better than you.
ISBN: 978-1-7342603-0-4

This book uses some Bible characters who obeyed God and were rewarded or blessed to illustrate the importance of obedience. For example, Noah obeyed God and built an ark, and he and his family were the only ones saved from the flood. If you too obey God, your parents, and those in authority, you will be rewarded. **ISBN: 978-1-7351099-5-4**

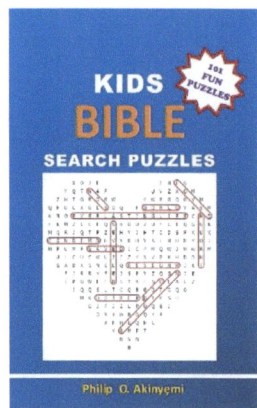

An exciting collection of 101 Bible search puzzles with 10 short memory verses and 20 "fill in the blank" verses. Kids will learn about God and His love, protection, provision, salvation, and many other important things. And you will have fun while learning. This puzzle book is great for children ages 6-10, but adults can enjoy it too!
ISBN: 978-1-7351099-78

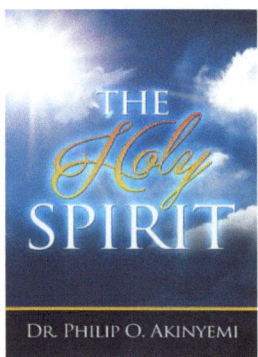

Do you know the Holy Spirit is your loving and faithful Comforter in time of sorrow? He is a divine Person who is available 24/7 to help you. Jesus the Son of God depended utterly upon the Holy Spirit in His earthly ministry, and we must do likewise in order to be effective and successful in our calling in life.
ISBN: 978-1-60383-524-4

www.ingramcontent.com/pod-product-compliance
Lightning Source LLC
LaVergne TN
LVHW070612080526
838200LV00103B/347